Vietnamese Shor
for Beginners
(A1) Skill Level

Vietnamese Reading Practice

Written By: Sebastian D. Cutillo

Table of Contents:

Một Ngày ở Công Viên   1
Con Mèo Bị Lạc   4
Người Bạn Mới   7
Một Chuyến Đi Đến Cửa Hàng Tạp Hóa   10
Ngày Mưa   13
Bữa Tiệc Sinh Nhật   16
Chiếc Mũ Bị Mất   19
Buổi Dã Ngoại   23
Thú Cưng Mới   26
Chuyến Đi Câu Cá của Tim   29
Chú Chó Bị Lạc   32
Người Hàng Xóm Mới   35
Một Ngày Ở Sở Thú   39
Một Ngày Đi Mua Sắm   43
Chuyến Thăm Thư Viện   47
Một Chuyến Đi Đến Bác Sĩ   51
Nấu Bữa Tối   54
Chuyến Đi Biển   57
Một Ngày Trong Vườn   60
Rửa Xe   63

Một Ngày ở Công Viên

Emma thức dậy sớm vào buổi sáng. Cô ăn sáng cùng gia đình.

Sau bữa sáng, Emma quyết định đi đến công viên. Cô mang giày và lấy áo khoác.

Tại công viên, Emma nhìn thấy một cái cây lớn. Cô đi đến gần và ngồi dưới gốc cây.

Mặt trời chiếu sáng, và chim chóc đang hót líu lo. Emma cảm thấy hạnh phúc.

Cô nhìn những đứa trẻ chơi trên xích đu và cầu trượt.

Sau một lúc, Emma đứng dậy và đi đến cái hồ. Cô nhìn thấy những con vịt đang bơi trong nước.

Emma ném vài mẩu bánh mì cho những con vịt. Chúng kêu "quạc quạc" và bơi lại gần cô.

Emma dành thêm vài giờ nữa ở công viên. Cô tận hưởng không khí trong lành và âm thanh của thiên nhiên.

Khi trời bắt đầu tối, Emma quyết định đã đến lúc về nhà. Cô đi bộ về nhà, cảm thấy thư giãn và mãn nguyện.

Khi Emma về đến nhà, cô kể với gia đình về ngày của mình.

Mọi người cùng ngồi lại và ăn tối. Đó là một ngày tuyệt vời ở công viên.

Vocabulary List

Vietnamese Word	English Translation
Buổi sáng	Morning
Thức dậy	Wake up
Gia đình	Family
Bữa sáng	Breakfast
Công viên	Park
Mang	Wear/Carry
Giày	Shoes
Áo khoác	Jacket
Cây	Tree
Dưới	Under
Mặt trời	Sun
Chim chóc	Birds
Hạnh phúc	Happy
Xích đu	Swings
C`ầu trượt	Slide
H`ồ	Pond
Vịt	Duck
Bơi	Swim
Mẩu bánh mì	Bread crumbs
Thư giãn	Relaxed

2

Questions about the Story

1. What does Emma do after breakfast?
   a) Goes to school
   b) Goes to the park
   c) Reads a book

2. Where does Emma sit in the park?
   a) Under a tree
   b) On a bench
   c) By the pond

3. What does Emma throw to the ducks?
   a) Seeds
   b) Bread crumbs
   c) Corn

4. How does Emma feel at the park?
   a) Relaxed and happy
   b) Bored
   c) Tired

5. What does Emma do when she gets home?
   a) Tells her family about her day
   b) Goes straight to bed
   c) Watches television

Answer Key

1. b
2. a
3. b
4. a
5. a

3

Con Mèo Bị Lạc

Lena có một con mèo tên là Milo. Milo là một con mèo nhỏ, màu cam với đôi mắt xanh to.

Mỗi buổi sáng, Lena cho Milo ăn và chơi với nó. Milo thích đuổi theo đồ chơi trong nhà.

Một ngày nọ, Lena không thể tìm thấy Milo. Cô tìm trong bếp, phòng khách, và thậm chí cả phòng ngủ, nhưng Milo không có ở đó.

Lena bắt đầu lo lắng. Cô gọi Milo, "Milo, con ở đâu?" nhưng không có câu trả lời.

Lena ra ngoài để tìm Milo. Cô kiểm tra trong vườn, sân trước, và nhà để xe.

Cuối cùng, cô nghe thấy tiếng meo nhỏ phát ra từ một bụi cây. Lena chạy đến bụi cây và thấy Milo đang trốn ở đó. Nó trông rất sợ hãi.

Lena bế Milo lên và ôm nó. Cô rất vui khi tìm thấy Milo.

Cô mang Milo vào nhà và cho nó món ăn yêu thích. Milo kêu "grừ grừ" và cọ vào chân Lena.

Lena rất mừng vì Milo an toàn ở nhà.

Vocabulary List

Vietnamese Word	English Translation
Mèo	Cat
Mắt xanh	Green eyes
Cho ăn	Feed
Đ`ôchơi	Toy
Phòng bếp	Kitchen
Phòng khách	Living room
Phòng ngủ	Bedroom
Lo lắng	Worry
Vườn	Garden
Sân trước	Front yard
Nhà để xe	Garage
Tiếng meo	Meow
Bụi cây	Bush
Trốn	Hide
Sợ hãi	Scared
Bế	Pick up
Ôm	Hug
Món ăn yêu thích	Favorite treat
Kêu grừ grừ	Purr
An toàn	Safe

Questions about the Story

1. What color is Milo?
   a) Black
   b) Orange
   c) White

2. Where does Lena first look for Milo?
   a) In the garden
   b) In the garage
   c) In the kitchen

3. Where does Lena find Milo?
   a) In her bedroom
   b) On the couch
   c) In a bush

4. How does Lena feel when she finds Milo?
   a) Angry
   b) Sad
   c) Happy

5. What does Lena give Milo after finding him?
   a) His favorite treat
   b) A blanket
   c) A toy

Answer Key

1. b
2. c
3. c
4. c
5. a

6

Người Bạn Mới

Tom là một học sinh mới ở trường. Cậu ấy cảm thấy hơi lo lắng vì chưa quen ai.

Trong giờ ăn trưa, Tom ngồi một mình tại bàn. Cậu lặng lẽ ăn bánh sandwich của mình.

Khi Tom đang ăn, một cậu bé tên là Jack tiến đến. Jack mỉm cười và hỏi: "Tớ ngồi với cậu được không?" Tom mỉm cười đáp lại và nói: "Được chứ!"

Jack ngồi xuống và họ bắt đầu trò chuyện. Tom và Jack phát hiện ra rằng cả hai đều thích bóng đá. Họ nói về các đội bóng và cầu thủ yêu thích của mình.

Jack mời Tom chơi bóng sau giờ học. Tom rất háo hức và đồng ý tham gia.

Sau giờ học, Tom và Jack chơi bóng đá với một vài bạn khác. Họ đã có rất nhiều niềm vui. Tom cảm thấy vui vì đã kết bạn được một người bạn mới.

Ngày hôm sau, Tom cảm thấy tự tin hơn khi đến trường. Cậu biết rằng giờ mình đã có một người bạn.

Vocabulary List

Vietnamese Word	English Translation
Học sinh	Student
Lo lắng	Nervous
Giờ ăn trưa	Lunch
Bàn	Table
Bánh sandwich	Sandwich
Yên lặng	Quietly
Mỉm cười	Smile
Ng`ồi xuống	Sit down
Trò chuyện	Talk
Phát hiện	Find out
Bóng đá	Soccer
Đội bóng	Team
C`ầu thủ	Player
Yêu thích	Favorite
Mời	Invite
Háo hức	Excited
Tham gia	Join
Sau giờ học	After school
Tự tin	Confident
Bạn	Friend

Questions about the Story

1. Why does Tom feel nervous at school?
   a) He is new and doesn't know anyone
   b) He forgot his homework
   c) He has a big test

2. What does Jack ask Tom during lunch?
   a) "Can I borrow your sandwich?"
   b) "Can I sit with you?"
   c) "Do you like soccer?"

3. What do Tom and Jack discover they both like?
   a) Basketball
   b) Soccer
   c) Baseball

4. What does Jack invite Tom to do after school?
   a) Play soccer
   b) Study together
   c) Go home early

5. How does Tom feel the next day at school?
   a) Nervous
   b) Confident
   c) Tired

Answer Key

1. a
2. b
3. b
4. a
5. b

Một Chuyến Đi Đến Cửa Hàng Tạp Hóa

Sara cần mua một số thực phẩm. Cô ấy viết một danh sách: sữa, bánh mì, trứng và táo.

Sara mặc áo khoác và rời khỏi nhà. Cửa hàng tạp hóa không xa nhà cô. Sara đi bộ đến đó khoảng mười phút.

Khi đến nơi, cô lấy một giỏ và bắt đầu mua sắm. Đầu tiên, Sara đến khu sản phẩm từ sữa. Cô tìm sữa và đặt nó vào giỏ.

Tiếp theo, cô đến quầy bánh và chọn một ổ bánh mì. Sau đó, cô đi đến khu trái cây để lấy một vài quả táo.

Cuối cùng, Sara lấy một hộp trứng. Sau khi đã có mọi thứ trong danh sách, Sara đến quầy tính tiền.

Người thu ngân mỉm cười và nói: "Chào, bạn khỏe không?" Sara mỉm cười đáp lại: "Tôi khỏe, cảm ơn bạn."

Sara trả tiền và đặt thực phẩm vào túi. Cô đi bộ về nhà, cảm thấy vui vì đã mua được mọi thứ cần thiết.

Khi về đến nhà, Sara cất thực phẩm và pha cho mình một tách trà. Đó là một chuyến đi tốt đến cửa hàng tạp hóa.

Vocabulary List

Vietnamese Word	English Translation
Thực phẩm	Groceries
Danh sách	List
Sữa	Milk
Bánh mì	Bread
Trứng	Eggs
Táo	Apples
Áo khoác	Coat
Nhà	House
Đi bộ	Walk
Cửa hàng tạp hóa	Grocery store
Mua sắm	Shopping
Giỏ	Basket
Khu sản phẩm từ sữa	Dairy section
Quầy bánh	Bakery
Khu trái cây	Produce section
Hộp trứng	Carton of eggs
Quầy tính tiền	Checkout
Thu ngân	Cashier
Tách trà	Cup of tea
Cất	Put away

Questions about the Story

1. What does Sara write before going to the grocery store?
    a) A note
    b) A list
    c) A recipe

2. How long does it take Sara to walk to the store?
    a) Ten minutes
    b) Twenty minutes
    c) Five minutes

3. What does Sara pick up first at the store?
    a) Bread
    b) Milk
    c) Apples

4. What does the cashier say to Sara?
    a) "Goodbye, have a nice day."
    b) "Hello, how are you?"
    c) "Do you need a bag?"

5. What does Sara do when she gets home?
    a) Puts away the groceries and makes tea
    b) Eats lunch
    c) Writes another list

Answer Key

1.   b
2.   a
3.   b
4.   b
5.   a

12

Ngày Mưa

Hôm nay là một ngày mưa, và Ben ở nhà. Cậu nhìn ra cửa sổ và thấy những giọt mưa rơi.

Ben muốn chơi ngoài trời, nhưng bây giờ cậu phải ở trong nhà. Ben quyết định làm gì đó thú vị.

Cậu đi vào phòng và tìm cuốn sách yêu thích của mình. Cuốn sách nói về động vật.

Ben yêu động vật, đặc biệt là chó và mèo. Cậu ngồi trên ghế sofa và bắt đầu đọc.

Khi đang đọc, cậu nghe tiếng mưa gõ trên mái nhà. Âm thanh của mưa làm cậu cảm thấy ấm áp và thư giãn.

Sau khi đọc một lúc, mẹ của Ben gọi cậu xuống ăn trưa. Ben đặt cuốn sách xuống và đi vào bếp.

Họ cùng ăn súp và bánh mì. Món súp ấm thật tuyệt cho một ngày mưa.

Sau bữa trưa, mưa tạnh. Ben rất vui. Cậu mang đôi ủng đi mưa và áo khoác, sau đó ra ngoài chơi.

Cậu nhảy trong những vũng nước và có khoảng thời gian tuyệt vời. Ngày mưa của Ben hóa ra rất thú vị.

13

Vocabulary List

Vietnamese Word	English Translation
Ngày mưa	Rainy day
Ở nhà	At home
Cửa sổ	Window
Giọt mưa	Raindrops
Ngoài trời	Outside
Ở trong nhà	Indoors
Thú vị	Fun
Cuốn sách	Book
Yêu thích	Favorite
Động vật	Animals
Chó	Dog
Mèo	Cat
Ghế sofa	Couch
Mái nhà	Roof
Thư giãn	Relaxed
Gọi	Call
Súp	Soup
Bánh mì	Bread
Ủng đi mưa	Rain boots
Vũng nước	Puddle

Questions about the Story

1. What does Ben see when he looks out the window?
    a) The sun
    b) Raindrops
    c) Snow

2. What does Ben decide to do instead of playing outside?
    a) Watch TV
    b) Play a game
    c) Read a book

3. What kind of animals does Ben like?
    a) Birds and rabbits
    b) Fish and turtles
    c) Dogs and cats

4. What do Ben and his mom eat for lunch?
    a) Rice and chicken
    b) Soup and bread
    c) Pizza and salad

5. What does Ben do after the rain stops?
    a) Jumps in puddles
    b) Goes for a walk
    c) Goes back to reading

Answer Key

1.   b
2.   c
3.   c
4.   b
5.   a

Bữa Tiệc Sinh Nhật

Anna rất háo hức vì hôm nay là sinh nhật của cô bé. Anna tròn tám tuổi.

Bố mẹ cô bé đã tổ chức một bữa tiệc sinh nhật nhỏ cho cô. Anna mời những người bạn thân nhất của mình đến dự tiệc.

Vào buổi chiều, bạn bè của Anna đến. Họ mang theo quà và bóng bay. Anna rất vui khi gặp họ.

Tất cả đi vào phòng khách, nơi có một chiếc bánh lớn trên bàn. Chiếc bánh có tám cây nến.

Mẹ của Anna thắp nến, và mọi người hát bài "Chúc Mừng Sinh Nhật" cho cô bé.

Anna ước một điều và thổi tắt nến. Mọi người vỗ tay và cổ vũ.

Sau đó, họ ăn bánh và chơi trò chơi. Họ chơi trò ghế âm nhạc và ghim đuôi vào con lừa.

Mọi người đều rất vui.

Cuối bữa tiệc, Anna mở quà. Cô nhận được một con búp bê mới, một bộ xếp hình, và một cuốn sách.

Anna cảm ơn bạn bè vì những món quà và vì đã đến dự tiệc của cô. Đây là sinh nhật tuyệt nhất mà Anna từng có.

Vocabulary List

Vietnamese Word	English Translation
Sinh nhật	Birthday
Tám tuổi	Eight years old
Tổ chức	Plan/Organize
Bữa tiệc	Party
Bạn thân	Best friends
Buổi chi`ầu	Afternoon
Quà	Gift
Bóng bay	Balloon
Phòng khách	Living room
Bánh	Cake
Cây nến	Candle
Thắp nến	Light candles
Hát	Sing
Chúc mừng sinh nhật	Happy birthday
Ước	Wish
Cổ vũ	Cheer
Trò chơi	Game
Búp bê	Doll
Bộ xếp hình	Puzzle
Cuốn sách	Book

Questions about the Story

1. How old is Anna turning today?
   a) Seven years old
   b) Eight years old
   c) Nine years old

2. What does Anna's mom light on the cake?
   a) Candles
   b) Sparklers
   c) Fireworks

3. What games do Anna and her friends play?
   a) Musical chairs and pin the tail on the donkey
   b) Hopscotch and jump rope
   c) Tag and hide-and-seek

4. What gifts does Anna receive?
   a) A kite, a ball, and a dress
   b) A doll, a puzzle, and a book
   c) A toy car, a puzzle, and a doll

5. How does Anna feel about her birthday?
   a) It is a boring birthday
   b) It is the best birthday she has ever had
   c) She feels disappointed

Answer Key

1. b
2. a
3. a
4. b
5. b

Chiếc Mũ Bị Mất

James rất yêu chiếc mũ màu xanh của mình. Cậu đội nó mỗi ngày, dù trời nắng hay mưa.

Một buổi sáng, James không thể tìm thấy chiếc mũ của mình. Cậu tìm khắp nơi trong phòng, nhưng nó không có ở đó.

James cảm thấy buồn. Cậu hỏi mẹ, "Mẹ ơi, mẹ có thấy chiếc mũ xanh của con không?"

Mẹ cậu lắc đầu và nói, "Không, mẹ không thấy. Con đã kiểm tra phòng khách chưa?"

James chạy đến phòng khách và tìm kiếm, nhưng chiếc mũ cũng không ở đó.

Cậu tìm dưới ghế sofa, sau TV, và thậm chí trong bếp. Nhưng vẫn không có chiếc mũ.

James quyết định ra ngoài và tìm trong vườn. Cậu đi quanh các luống hoa và cây cối, nhưng vẫn không tìm thấy chiếc mũ.

Khi cậu sắp từ bỏ, cậu nhìn thấy một vật màu xanh trên cỏ.

James chạy đến và nhặt nó lên. Đó chính là chiếc mũ xanh của cậu!

Cậu rất vui. Cậu đội chiếc mũ lên đầu và chạy vào nhà để nói với mẹ.

"Mẹ ơi, con đã tìm thấy chiếc mũ của con! Nó ở trong vườn suốt thời gian qua!" James nói với nụ cười lớn.

Mẹ cậu mỉm cười đáp lại, "Mẹ rất vui vì con đã tìm thấy nó, James."

Vocabulary List

Vietnamese Word	English Translation
Chiếc mũ	Hat
Màu xanh	Blue
Đội	Wear (on the head)
Nắng	Sunny
Mưa	Rainy
Tìm	Search
Khắp nơi	Everywhere
Bu`ôn	Sad
Hỏi	Ask
Phòng khách	Living room
Ghế sofa	Couch
Bếp	Kitchen
Vườn	Garden
Luống hoa	Flower bed
Cây cối	Trees
Cỏ	Grass
Nhặt	Pick up
Đội lên đầu	Put on the head
Từ bỏ	Give up
Mỉm cười	Smile

Questions about the Story

1. What color is James's hat?
   a) Red
   b) Green
   c) Blue

2. Where does James look for his hat first?
   a) In the garden
   b) In his room
   c) In the living room

3. What does James's mom suggest?
   a) To check the garden
   b) To check the living room
   c) To check the kitchen

4. Where does James finally find his hat?
   a) In the grass
   b) Under the couch
   c) Behind the TV

5. How does James feel when he finds his hat?
   a) Sad
   b) Happy
   c) Angry

Answer Key

1. c
2. b
3. b
4. a
5. b

Buổi Dã Ngoại

Lily và gia đình quyết định đi dã ngoại. Hôm nay là một ngày thứ bảy nắng đẹp, và họ muốn tận hưởng thời tiết dễ chịu.

Lily giúp mẹ chuẩn bị giỏ đồ dã ngoại với bánh mì sandwich, trái cây và nước uống.

Họ lái xe đến công viên, nơi có những cây to và một hồ nhỏ.

Bố của Lily tìm được một chỗ đẹp dưới gốc cây, và họ trải chăn ra.

Lily và em trai chạy quanh chơi đùa trong khi bố mẹ chuẩn bị bữa dã ngoại.

Sau khi chơi một lúc, Lily và em trai ngồi xuống ăn. Những chiếc bánh sandwich rất ngon, và trái cây thì ngọt.

Sau khi ăn xong, Lily và gia đình đi dạo quanh hồ. Họ nhìn thấy những con vịt đang bơi trong nước.

Trên đường trở về chỗ dã ngoại, Lily tìm thấy một vài bông hoa đẹp. Cô bé hái một vài bông và tặng cho mẹ.

Mẹ cô mỉm cười và nói, "Cảm ơn con, Lily. Những bông hoa này thật đẹp!"

Sau một ngày vui vẻ ở công viên, họ thu dọn đồ và lái xe về nhà. Lily cảm thấy hạnh phúc và mệt mỏi.

Đó là một buổi dã ngoại hoàn hảo.

Vocabulary List

Vietnamese Word	English Translation
Dã ngoại	Picnic
Gia đình	Family
Thứ bảy	Saturday
Thời tiết	Weather
Chuẩn bị	Pack/Prepare
Giỏ đồ	Basket
Bánh mì sandwich	Sandwich
Trái cây	Fruit
Công viên	Park
Cây to	Big tree
Hồ nhỏ	Small lake
Trải chăn	Lay out a blanket
Chơi đùa	Play
Ngọt	Sweet
Đi dạo	Walk
Vịt	Duck
Bơi	Swim
Bông hoa	Flower
Cảm ơn	Thank you
Hoàn hảo	Perfect

Questions about the Story

1. What day does Lily's family go on a picnic?
   a) Saturday
   b) Sunday
   c) Friday

2. What do Lily and her mom pack in the picnic basket?
   a) Pizza, juice, and cookies
   b) Sandwiches, fruit, and drinks
   c) Burgers, fries, and soda

3. Where does Lily's dad find a spot for the picnic?
   a) Near the lake
   b) Under a tree
   c) On a hill

4. What does Lily do with the flowers she finds?
   a) Keeps them for herself
   b) Gives them to her mom
   c) Throws them in the lake

5. How does Lily feel at the end of the day?
   a) Tired but happy
   b) Angry and upset
   c) Excited and full of energy

Answer Key

1. a
2. b
3. b
4. b
5. a

25

Thú Cưng Mới

Emily luôn muốn có một con thú cưng. Một ngày nọ, bố mẹ cô bé bất ngờ tặng cô một chú mèo con nhỏ, lông xù.

Emily rất phấn khích! Cô đặt tên cho chú mèo là Whiskers vì những chiếc râu dài của nó.

Whiskers rất nghịch ngợm. Nó thích đuổi theo những cuộn len và nhảy lên đồ chơi của Emily.

Emily thích ngắm Whiskers chạy quanh nhà. Đôi khi, Whiskers trốn dưới giường, và Emily phải tìm nó.

Mỗi buổi sáng, Emily cho Whiskers ăn và thay nước mới cho nó. Cô cũng chải lông cho nó để giữ cho lông mềm mại và sạch sẽ.

Whiskers kêu "grừ grừ" một cách hạnh phúc khi Emily chăm sóc nó.

Một buổi chiều, Emily dẫn Whiskers ra vườn chơi. Whiskers đuổi theo những con bướm và khám phá những bông hoa.

Emily luôn để mắt đến Whiskers để nó không bị lạc.

Cuối ngày, Whiskers cuộn tròn trong lòng Emily và ngủ thiếp đi.

Emily mỉm cười và vuốt ve nó nhẹ nhàng. Cô bé rất vui vì có Whiskers làm thú cưng mới của mình.

Vocabulary List

Vietnamese Word	English Translation
Thú cưng	Pet
Mèo con	Kitten
Lông xù	Fluffy
Râu	Whiskers
Nghịch ngợm	Playful
Cuộn len	Ball of yarn
Nhảy	Pounce
Đồ chơi	Toy
Trốn	Hide
Dưới giường	Under the bed
Thay nước	Fresh water
Chải lông	Brush fur
Sạch sẽ	Clean
Kêu "grừ grừ"	Purr
Dẫn ra ngoài	Take outside
Bướm	Butterfly
Khám phá	Explore
Để mắt đến	Keep a close eye on
Vuốt ve	Pet (action)
Cuộn tròn	Curl up

27

Questions about the Story

1. What kind of pet does Emily get?
   a) A kitten
   b) A dog
   c) A bird

2. Why does Emily name the kitten Whiskers?
   a) Because it likes to play
   b) Because it has long whiskers
   c) Because it has a lot of fur

3. Where does Whiskers sometimes hide?
   a) Behind the couch
   b) Under the bed
   c) In the closet

4. What does Emily do to take care of Whiskers?
   a) Feeds him and brushes his fur
   b) Teaches him tricks
   c) Plays with him and takes him on walks

5. What does Whiskers do at the end of the day?
   a) Chases butterflies in the garden
   b) Runs around the house
   c) Falls asleep in Emily's lap

Answer Key

1. a
2. b
3. b
4. a
5. c

28

Chuyến Đi Câu Cá của Tim

Tim rất thích câu cá. Một buổi sáng thứ bảy, cậu quyết định đi câu cá với bố.

Họ đóng gói một bữa ăn dã ngoại và tất cả dụng cụ câu cá vào xe. Tim rất háo hức cho chuyến đi.

Khi họ đến hồ, Tim và bố dựng cần câu. Bố Tim dạy cậu cách móc mồi câu và thả dây câu xuống nước.

Tim kiên nhẫn chờ đợi, ngắm nhìn mặt nước.

Sau một lúc, cậu cảm thấy dây câu bị kéo. Cậu từ từ kéo dây lên và rất vui khi thấy một con cá lớn trên móc câu.

Bố Tim giúp cậu gỡ cá khỏi móc và bỏ vào xô.

Họ tiếp tục câu cá và có khoảng thời gian tuyệt vời. Tim câu được hai con cá nữa, còn bố cậu câu được một con.

Sau khi câu cá, họ ngồi xuống ăn bữa dã ngoại bên hồ. Tim và bố ăn bánh sandwich và trái cây, đồng thời trò chuyện về những địa điểm câu cá yêu thích.

Cả hai đều đồng ý rằng đó là một ngày hoàn hảo.

Cuối ngày, Tim và bố thu dọn đồ đạc và trở về nhà.

Tim rất tự hào về con cá lớn của mình và háo hức kể cho bạn bè nghe về chuyến đi.

Cậu mong chờ cuộc phiêu lưu câu cá tiếp theo của họ.

Vocabulary List

Vietnamese Word	English Translation
Câu cá	Fishing
Chuyến đi	Trip
Buổi sáng	Morning
Thứ bảy	Saturday
Bữa ăn dã ngoại	Picnic
Dụng cụ câu cá	Fishing gear
Hồ	Lake
Cần câu	Fishing pole
Móc câu	Hook
Thả dây câu	Cast the line
Mồi câu	Bait
Xô	Bucket
Chờ đợi	Wait
Mặt nước	Water surface
Kéo dây	Pull the line
Con cá	Fish
Trò chuyện	Talk
Địa điểm	Spot
Hoàn hảo	Perfect
Cuộc phiêu lưu	Adventure

Questions about the Story

1. Who does Tim go fishing with?
   a) His brother
   b) His dad
   c) His mom

2. What does Tim's dad teach him?
   a) How to swim
   b) How to bait the hook and cast the line
   c) How to drive the car

3. How many fish does Tim catch?
   a) One
   b) Two
   c) Three

4. What do Tim and his dad eat for their picnic?
   a) Pizza and chips
   b) Sandwiches and fruit
   c) Fish and rice

5. How does Tim feel about the trip?
   a) Proud and excited
   b) Disappointed and tired
   c) Angry and sad

Answer Key

1.	b
2.	b
3.	c
4.	b
5.	a

Chú Chó Bị Lạc

Tom có một chú chó nhỏ tên là Max. Một ngày nọ, Tom và Max đến công viên.

Max rất thích chạy nhảy và chơi đùa. Tom ném một quả bóng để Max nhặt.

Max chạy theo quả bóng và bắt lấy nó. Trong lúc Max đang chơi, Tom nói chuyện với một người bạn.

Khi Tom quay lại, cậu không thấy Max đâu. Max đã mất tích!

Tom bắt đầu tìm kiếm quanh công viên, gọi tên Max. "Max! Con ở đâu?" Tom gọi.

Cậu hỏi những người khác trong công viên xem họ có thấy một chú chó nhỏ không.

Mọi người cùng tìm, nhưng không ai thấy Max.

Tom cảm thấy lo lắng và tiếp tục tìm kiếm.

Sau một lúc, Tom nghe thấy tiếng sủa.

Cậu đi theo âm thanh và tìm thấy Max gần một cái cây, đang chơi với một chú chó khác.

Tom rất vui khi thấy Max. Cậu bế Max lên và ôm chặt lấy nó.

Tom đưa Max về nhà và cho nó một món quà đặc biệt.

Tom rất vui vì Max an toàn và hứa sẽ chú ý đến nó nhiều hơn lần sau.

Vocabulary List

Vietnamese Word	English Translation
Chú chó	Dog
Nhỏ	Small
Công viên	Park
Chạy nhảy	Run and play
Quả bóng	Ball
Nhặt	Fetch
Mất tích	Missing
Tìm kiếm	Search
Gọi	Call
Người khác	Other people
Lo lắng	Worried
Tiếng sủa	Bark
Âm thanh	Sound
Gần	Near
Cái cây	Tree
Chơi đùa	Play
Bế	Pick up
An toàn	Safe
Món quà đặc biệt	Special treat
Chú ý	Keep an eye on

33

Questions about the Story

1. What is the name of Tom's dog?
   a) Max
   b) Rex
   c) Sam

2. What does Tom throw for Max to fetch?
   a) A stick
   b) A ball
   c) A toy

3. Where does Tom find Max?
   a) Near the playground
   b) Near a tree
   c) Near the lake

4. What does Tom give Max when they get home?
   a) A bath
   b) A special treat
   c) A new toy

5. How does Tom feel when he finds Max?
   a) Happy
   b) Angry
   c) Tired

Answer Key

1. a
2. b
3. b
4. b
5. a

Người Hàng Xóm Mới

Lisa sống trong một ngôi nhà nhỏ trên phố Maple. Một ngày nọ, một chiếc xe tải chuyển nhà đến ngôi nhà bên cạnh.

Lisa tò mò và ra ngoài xem chuyện gì đang xảy ra. Một gia đình mới đang chuyển đến!

Lisa nhìn thấy một người đàn ông, một người phụ nữ, và hai đứa trẻ đang khiêng hộp vào nhà.

Họ trông rất thân thiện. Lisa quyết định giới thiệu bản thân.

Cô đi đến gần và nói, "Xin chào! Tôi là Lisa. Chào mừng đến khu phố!"

Người phụ nữ mỉm cười và trả lời, "Cảm ơn! Tôi là Sarah, đây là chồng tôi Mark và hai con của chúng tôi, Emma và Liam."

Lisa nói, "Rất vui được gặp các bạn. Nếu cần giúp đỡ hoặc có câu hỏi gì về khu vực này, cứ hỏi tôi nhé."

Sarah cảm ơn Lisa và nói, "Bạn thật tốt bụng. Chúng tôi đang cần lời khuyên về những nơi ăn uống ngon."

Lisa rất vui được giúp. Cô kể cho họ về nhà hàng yêu thích của mình và những nơi mua sắm tốt nhất.

Sarah và Mark rất biết ơn và mời Lisa uống cà phê với họ vào ngày hôm sau.

Lisa rất hào hứng khi kết bạn mới. Ngày hôm sau, cô đến nhà họ và trò chuyện vui vẻ với Sarah và Mark.

Emma và Liam chơi với chú chó của Lisa, và mọi người đã có khoảng thời gian tuyệt vời.

Lisa rất vui khi có hàng xóm mới và mong chờ được dành nhiều thời gian hơn với họ.

Vocabulary List

Vietnamese Word	English Translation
Hàng xóm	Neighbor
Chuyển nhà	Move
Xe tải	Truck
Tò mò	Curious
Hộp	Box
Thân thiện	Friendly
Giới thiệu	Introduce
Chào mừng	Welcome
Khu phố	Neighborhood
Tốt bụng	Kind
Lời khuyên	Advice
Nhà hàng	Restaurant
Mua sắm	Shopping
Biết ơn	Grateful
Uống cà phê	Have coffee
Hào hứng	Excited
Trò chuyện	Chat
Chú chó	Dog
Thời gian tuyệt vời	Great time
Dành thời gian	Spend time

Questions about the Story

1. What does Lisa see arrive next door?
   a) A delivery truck
   b) A fire truck
   c) A moving truck

2. Who is part of the new family?
   a) Sarah, Mark, Emma, and Liam
   b) Sarah, Mike, Ella, and Luke
   c) Susan, Mark, Emily, and Liam

3. What does Sarah ask Lisa about?
   a) Good places to eat
   b) Good schools
   c) Good places to shop

4. What do Sarah and Mark invite Lisa to do?
   a) Join them for lunch
   b) Have coffee with them
   c) Go shopping with them

5. How does Lisa feel about her new neighbors?
   a) Annoyed and upset
   b) Glad and excited
   c) Confused and worried

Answer Key

1. c
2. a
3. a
4. b
5. b

Một Ngày Ở Sở Thú

Anna và em trai Max rất háo hức. Hôm nay, họ sẽ đi sở thú!

Mẹ của họ chuẩn bị một bữa trưa dã ngoại và họ lên xe. Sở thú không xa nhà, và chẳng mấy chốc họ đã đến nơi.

Khi vào sở thú, họ nhìn thấy một tấm biển lớn ghi "Chào Mừng Đến Sở Thú!" Anna và Max không thể chờ để gặp các loài động vật.

Điểm dừng đầu tiên của họ là khu chuồng khỉ. Những con khỉ đang nhảy nhót và chơi đùa trên cây. Anna cười khi một con khỉ làm mặt hài hước.

Tiếp theo, họ đến khu sư tử. Những con sư tử đang nằm ngủ dưới ánh nắng. Max nghĩ rằng những con sư tử trông rất lớn và mạnh mẽ. Anna chụp ảnh những con sư tử bằng máy ảnh của mình.

Sau đó, họ đi xem hươu cao cổ. Những con hươu cao cổ rất cao và có cổ dài. Chúng đang ăn lá cây từ một cây cao. Anna và Max cố gắng với tay đến hươu cao cổ, nhưng họ quá thấp.

Đã đến giờ ăn trưa, nên họ tìm một chỗ đẹp dưới gốc cây và thưởng thức bữa ăn dã ngoại. Max ăn một chiếc bánh sandwich, còn Anna ăn trái cây. Họ ngắm những con chim bay qua khi ăn.

Vào buổi chiều, họ đến xem những con chim cánh cụt. Những con chim cánh cụt đang lạch bạch và trượt trên băng. Max nghĩ rằng những con chim cánh cụt rất đáng yêu. Anna chụp thêm nhiều ảnh.

Khi ngày dần kết thúc, Anna và Max cảm thấy mệt nhưng vui vẻ. Họ rời sở thú với những nụ cười lớn và nhiều kỷ niệm.

Cả hai đều đồng ý rằng đó là một ngày tuyệt vời ở sở thú.

Vocabulary List

Vietnamese Word	English Translation
Sở thú	Zoo
Chu`ồng khỉ	Monkey enclosure
Chu`ồng sư tử	Lion exhibit
Hươu cao cổ	Giraffe
Chim cánh cụt	Penguin
Nhảy nhót	Jumping
Mặt hài hước	Funny face
Ngủ	Sleep
Cổ dài	Long neck
Lá cây	Leaves
Bữa trưa dã ngoại	Picnic lunch
Bánh sandwich	Sandwich
Trái cây	Fruit
Bay qua	Fly by
Lạch bạch	Waddling
Trượt trên băng	Sliding on ice
Chụp ảnh	Take pictures
Mệt mỏi	Tired
Kỷ niệm	Memories
Nụ cười lớn	Big smile

Questions about the Story

1. What is the first animal Anna and Max see at the zoo?
   a) Monkeys
   b) Lions
   c) Giraffes

2. What does Anna do at the lion exhibit?
   a) She feeds the lions
   b) She takes a picture of the lions
   c) She plays with the lions

3. What do Anna and Max eat for lunch?
   a) Sandwiches and fruit
   b) Pizza and chips
   c) Burgers and fries

4. What are the penguins doing?
   a) Jumping on trees
   b) Waddling and sliding on the ice
   c) Swimming in the lake

5. How do Anna and Max feel at the end of the day?
   a) Tired but happy
   b) Angry and bored
   c) Excited and full of energy

Answer Key

1. a
2. b
3. a
4. b
5. a

Một Ngày Đi Mua Sắm

Emily và bạn của cô, Lucy, sẽ đi mua sắm qu`ần áo mới hôm nay. Họ rất háo hức vì muốn tìm thứ gì đó đặc biệt.

Emily c`ần một chiếc áo khoác mới, và Lucy đang tìm một chiếc váy mới.

Họ đến trung tâm thương mại và bước vào một cửa hàng qu`ần áo lớn.

Cửa hàng có rất nhi`ều qu`ần áo, giày dép và phụ kiện. Emily và Lucy bắt đ`ầu nhìn xung quanh.

Đ`ầu tiên, họ đến khu vực áo khoác. Emily thử một chiếc áo khoác màu đỏ.

Cô nhìn vào gương và mỉm cười. Nó vừa vặn hoàn hảo, nhưng cô muốn xem thêm các màu khác.

Lucy giúp Emily tìm một chiếc áo khoác màu xanh và một chiếc màu xanh lá cây. Emily quyết định mua chiếc màu xanh dương.

Tiếp theo, Lucy đến khu vực váy. Cô thử một chiếc váy màu xanh và sau đó một chiếc váy màu vàng.

Cô thích chiếc váy màu vàng nhất. Nó tươi sáng và vui vẻ.

Lucy cũng tìm được một đôi giày phù hợp.

Sau khi mua sắm, Emily và Lucy cảm thấy vui với những bộ qu`ần áo mới.

Họ đến một quán cà phê trong trung tâm thương mại để ăn mừng.

Họ ngồi xuống và thưởng thức nước ép và bánh quy.

Emily và Lucy trò chuyện về những khoảnh khắc yêu thích trong ngày.

Khi xong, họ rời khỏi trung tâm thương mại với những túi mua sắm.

Cả hai đều đồng ý rằng đó là một ngày mua sắm vui vẻ và thành công.

Vocabulary List

Vietnamese Word	English Translation
Mua sắm	Shopping
Quần áo	Clothes
Áo khoác	Jacket
Váy	Dress
Cửa hàng	Store
Trung tâm thương mại	Mall
Phụ kiện	Accessories
Khu vực	Section
Thử	Try on
Gương	Mirror
Vừa vặn	Fit
Màu đỏ	Red
Màu xanh dương	Blue
Màu xanh lá cây	Green
Màu vàng	Yellow
Giày	Shoes
Bánh quy	Cookie
Trò chuyện	Talk
Túi mua sắm	Shopping bag
Thành công	Successful

Questions about the Story

1. What does Emily need to buy?
   a) A jacket
   b) A dress
   c) Shoes

2. What color jacket does Emily decide to buy?
   a) Red
   b) Blue
   c) Green

3. What does Lucy like most about the yellow dress?
   a) It is bright and cheerful
   b) It is long and elegant
   c) It is simple and comfortable

4. Where do Emily and Lucy go after shopping?
   a) A café in the mall
   b) A bookstore
   c) A park

5. How do Emily and Lucy feel about their day of shopping?
   a) Tired and bored
   b) Happy and successful
   c) Disappointed and upset

Answer Key

1.   a
2.   b
3.   a
4.   a
5.   b

Chuyến Thăm Thư Viện

Tom và Mia rất háo hức khi đến thư viện. Họ đi vào một buổi sáng thứ bảy nắng đẹp.

Tom mang theo thẻ thư viện của mình, và Mia có một danh sách các cuốn sách cô muốn mượn.

Khi họ đến, họ nhìn thấy rất nhi`ều sách trên các kệ.

Tom thích sách phiêu lưu, còn Mia yêu thích truyện cổ tích.

Họ hỏi thủ thư xem họ có thể tìm các cuốn sách này ở đâu.

Thủ thư chỉ cho họ khu vực sách phiêu lưu và khu vực truyện cổ tích.

Tom và Mia cảm ơn thủ thư và bắt đ`ầu tìm sách của mình.

Tom tìm được một cuốn sách phiêu lưu thú vị v`ề cướp biển.

Mia chọn một cuốn truyện cổ tích tuyệt đẹp v`ề một lâu đài phép thuật.

Họ cả hai đ`ầu tìm thêm được một số cuốn sách yêu thích khác.

Sau khi chọn sách, Tom và Mia đến qu`ầy mượn sách.

Thủ thư giúp họ mượn sách và nhắc họ trả sách trong hai tu`ần.

Tom và Mia rời thư viện với những cuốn sách mới, háo hức bắt đ`ầu đọc.

Họ lên kế hoạch trở lại vào tháng sau để tìm thêm những câu chuyện mới.

Vocabulary List

Vietnamese Word	English Translation
Thư viện	Library
Thẻ thư viện	Library card
Danh sách	List
Kệ sách	Shelf
Phiêu lưu	Adventure
Truyện cổ tích	Fairy tale
Thủ thư	Librarian
Khu vực	Section
Cảm ơn	Thank
Cướp biển	Pirate
Lâu đài phép thuật	Magic castle
Chọn	Choose
Quầy mượn sách	Checkout desk
Trả sách	Return books
Hai tuần	Two weeks
Rời	Leave
Câu chuyện	Story
Cuốn sách	Book
Mượn	Borrow
Háo hức	Excited

Questions about the Story

1. What does Tom bring to the library?
    a) A book
    b) A library card
    c) A list

2. What type of books does Mia like?
    a) Adventure books
    b) Mystery books
    c) Fairy tales

3. What is Tom's adventure book about?
    a) A treasure hunt
    b) Pirates
    c) A jungle expedition

4. How long can Tom and Mia keep the books?
    a) Two weeks
    b) One month
    c) Three weeks

5. When do Tom and Mia plan to return to the library?
    a) Next week
    b) Next month
    c) In two weeks

Answer Key

1.   b
2.   c
3.   b
4.   a
5.   b

Một Chuyến Đi Đến Bác Sĩ

Anna cảm thấy hơi mệt hôm nay. Cô bé bị đau họng và đau đầu.

Mẹ của cô quyết định đưa cô đến gặp bác sĩ.

Anna và mẹ đến phòng khám của bác sĩ. Nhân viên lễ tân chào họ và hỏi tên và ngày sinh của Anna.

Mẹ của Anna cung cấp thông tin và họ ngồi đợi trong phòng chờ.

Sau một lúc, y tá gọi tên Anna. Anna và mẹ đi theo y tá vào phòng khám.

Y tá kiểm tra nhiệt độ của Anna và hỏi một số câu hỏi về cảm giác của cô bé.

Bác sĩ bước vào và lắng nghe các triệu chứng của Anna.

Ông khám họng và nghe ngực của Anna bằng ống nghe.

Ông nói rằng Anna bị cảm và khuyên cô bé nên nghỉ ngơi và uống thuốc.

Anna và mẹ cảm ơn bác sĩ và rời phòng khám.

Anna cảm thấy yên tâm khi biết mình bị gì và làm thế nào để khỏi bệnh.

Vocabulary List

Vietnamese Word	English Translation
Mệt mỏi	Sick
Đau họng	Sore throat
Đau đầu	Headache
Bác sĩ	Doctor
Phòng khám	Doctor's office
Nhân viên lễ tân	Receptionist
Thông tin	Information
Phòng chờ	Waiting room
Y tá	Nurse
Phòng khám bệnh	Examination room
Nhiệt độ	Temperature
Triệu chứng	Symptoms
Khám họng	Examine throat
Nghe ngực	Listen to chest
Ống nghe	Stethoscope
Cảm lạnh	Cold
Nghỉ ngơi	Rest
Thuốc	Medicine
Yên tâm	Feel better
Khỏi bệnh	Get better

Questions about the Story

1. Why does Anna go to the doctor?
    a) She has a sore throat and headache
    b) She has a stomachache
    c) She needs a check-up

2. Who greets Anna and her mother at the doctor's office?
    a) The nurse
    b) The receptionist
    c) The doctor

3. What does the nurse do first?
    a) Takes Anna's temperature
    b) Examines her throat
    c) Listens to her chest

4. What does the doctor recommend for Anna?
    a) Surgery
    b) Rest and medicine
    c) Exercise and water

5. How does Anna feel after leaving the doctor's office?
    a) Confused
    b) Worried
    c) Better knowing what is wrong

Answer Key

1.   a
2.   b
3.   a
4.   b
5.   c

Nấu Bữa Tối

Tom và gia đình quyết định cùng nhau nấu bữa tối.

Mẹ của Tom muốn làm món spaghetti. Bà nhờ Tom giúp đỡ nấu ăn.

Tom rất hào hứng được giúp. Đầu tiên, Tom rửa tay và mặc tạp dề.

Mẹ của Tom chuẩn bị nguyên liệu: mì, cà chua, và phô mai.

Tom giúp bằng cách cắt cà chua. Cậu rất cẩn thận với con dao.

Trong khi Tom cắt, mẹ cậu luộc mì trong một cái nồi lớn. Mì được nấu trong khoảng mười phút.

Tom khuấy cà chua trong một cái chảo với một ít dầu. Nhà bếp có mùi rất thơm.

Khi mì đã chín, mẹ của Tom trộn mì với nước sốt cà chua.

Họ thêm một ít phô mai lên trên.

Tom và gia đình ngồi vào bàn và thưởng thức bữa ăn của mình.

Mọi người đều đồng ý rằng món ăn rất ngon!

Vocabulary List

Vietnamese Word	English Translation
Nấu bữa tối	Cook dinner
Spaghetti	Spaghetti
Nguyên liệu	Ingredients
Mì	Pasta
Cà chua	Tomatoes
Phô mai	Cheese
Rửa tay	Wash hands
Tạp dề	Apron
Cắt	Chop
Con dao	Knife
Luộc	Boil
Nồi lớn	Big pot
Khuấy	Stir
Chảo	Pan
Dầu ăn	Oil
Thơm	Smell nice
Trộn	Mix
Nước sốt	Sauce
Thưởng thức	Enjoy
Ngon	Delicious

Questions about the Story

1. What does Tom's family decide to cook for dinner?
   a) Spaghetti
   b) Pizza
   c) Soup

2. What does Tom do to help his mother?
   a) Cooks the pasta
   b) Chops the tomatoes
   c) Adds cheese on top

3. How long does the pasta cook?
   a) Five minutes
   b) Ten minutes
   c) Fifteen minutes

4. What does Tom's mother mix the pasta with?
   a) Cheese
   b) Tomato sauce
   c) Vegetables

5. How does Tom's family feel about the meal?
   a) It tastes delicious
   b) It tastes too salty
   c) It tastes bland

Answer Key

1.   a
2.   b
3.   b
4.   b
5.   a

Chuyến Đi Biển

Tom và gia đình quyết định đi biển chơi một ngày.

Họ chuẩn bị một túi lớn với khăn tắm, kem chống nắng, và đồ ăn nhẹ.

Khi họ đến, mặt trời chiếu sáng rực rỡ.

Tom và em gái Lily chạy ra biển và bắt đầu chơi.

Tom xây một lâu đài cát trong khi Lily nhặt vỏ sò.

Bố mẹ họ dựng ô che và trải chăn ra.

Sau một lúc, họ thưởng thức bánh sandwich và trái cây.

Họ cũng chơi bóng chuyền bãi biển và bơi trong đại dương.

Vào buổi chiều, họ đi dạo dọc bờ biển và ngắm hoàng hôn.

Tom và Lily cảm thấy mệt nhưng vui.

Họ thu dọn đồ đạc và về nhà, háo hức cho chuyến đi biển lần tới.

Vocabulary List

Vietnamese Word	English Translation
Đi biển	Go to the beach
Khăn tắm	Towel
Kem chống nắng	Sunscreen
Đồ ăn nhẹ	Snack
Chiếu sáng rực rỡ	Shine brightly
Lâu đài cát	Sandcastle
Vỏ sò	Seashell
Dựng ô che	Set up an umbrella
Trải chăn	Lay out blankets
Bánh sandwich	Sandwich
Bóng chuyền bãi biển	Beach volleyball
Đại dương	Ocean
Đi dạo	Walk
Bờ biển	Shore
Hoàng hôn	Sunset
Mệt mỏi	Tired
Vui vẻ	Happy
Thu dọn	Pack up
Chuyến đi biển	Beach trip
Gia đình	Family

Questions about the Story

1. Where does Tom's family decide to go?
   a) To the park
   b) To the beach
   c) To the mountains

2. What does Tom build at the beach?
   a) A house
   b) A sandcastle
   c) A boat

3. What does Lily collect?
   a) Seashells
   b) Rocks
   c) Flowers

4. What do they do in the afternoon?
   a) Watch the sunset
   b) Swim in the ocean
   c) Play beach volleyball

5. How do Tom and Lily feel at the end of the day?
   a) Tired but happy
   b) Excited and full of energy
   c) Sad and bored

Answer Key

1.   b
2.   b
3.   a
4.   a
5.   a

Một Ngày Trong Vườn

Tom và gia đình đã dành cả ngày trong khu vườn của họ.

Đó là một ngày nắng đẹp, rất thích hợp để làm vườn.

Bố của Tom quyết định trồng những bông hoa mới. Ông chọn những bông tulip đầy màu sắc và hoa thủy tiên rực rỡ.

Mẹ của Tom chuẩn bị đất bằng một cái xẻng và cái cào.

Em gái nhỏ của Tom, Lucy, cũng muốn giúp đỡ. Cô bé rất háo hức được sử dụng cái xẻng nhỏ của mình.

Cô đào những cái hố nhỏ cho hoa. Tom giúp bằng cách tưới nước cho cây bằng vòi nước trong vườn.

Sau khi trồng hoa xong, cả gia đình cùng nhau thưởng thức một bữa ăn ngoài trời trong khu vườn.

Họ ăn bánh sandwich, trái cây, và nước chanh.

Tom và Lucy chơi bóng trong khi bố mẹ thư giãn trên cỏ.

Cuối ngày, khu vườn trông thật đẹp với những bông hoa mới.

Cả gia đình cảm thấy vui vẻ và mệt mỏi.

Họ dọn dẹp bữa ăn ngoài trời và vào trong nhà để nghỉ ngơi.

Vocabulary List

Vietnamese Word	English Translation
Làm vườn	Gardening
Khu vườn	Garden
Tr`ồng	Plant
Hoa tulip	Tulip
Hoa thủy tiên	Daffodil
Đ`ẩy màu sắc	Colorful
Chuẩn bị đất	Prepare the soil
Xẻng nhỏ	Small shovel
Cào	Rake
Tưới nước	Water (plants)
Vòi nước	Garden hose
Bữa ăn ngoài trời	Picnic
Nước chanh	Lemonade
Thư giãn	Relax
Cỏ	Grass
Bóng	Ball
Đẹp	Beautiful
Mệt mỏi	Tired
Dọn dẹp	Clean up
Nghỉ ngơi	Rest

Questions about the Story

1. What kind of flowers did Tom's father plant?
   a) Tulips and daffodils
   b) Roses and sunflowers
   c) Lilies and daisies

2. How did Lucy help in the garden?
   a) By watering the flowers
   b) By digging holes with her small shovel
   c) By planting seeds

3. What did the family eat during their picnic?
   a) Sandwiches, fruit, and lemonade
   b) Pasta and salad
   c) Pizza and soda

4. What did Tom do to help in the garden?
   a) Picked weeds
   b) Dug holes for the flowers
   c) Watered the plants with a garden hose

5. How did the garden look by the end of the day?
   a) Empty and plain
   b) Messy and unfinished
   c) Beautiful with new flowers

Answer Key

1.   a
2.   b
3.   a
4.   c
5.   c

Rửa Xe

Hôm nay, Mark và bố cậu sẽ rửa xe.

Chiếc xe bẩn vì trời mưa tuần trước. Mark rất hào hứng được giúp bố.

Đầu tiên, Mark và bố lấy một xô nước và một ít xà phòng.

Bố của Mark chỉ cho cậu cách làm sạch xe bằng miếng bọt biển.

Mark rửa cửa xe, còn bố cậu rửa kính xe.

Tiếp theo, họ xịt nước rửa xe bằng vòi.

Nước rửa sạch xà phòng, và chiếc xe bắt đầu trông sạch sẽ.

Mark cầm vòi nước trong khi bố cậu lau khô xe bằng khăn.

Khi họ hoàn thành, chiếc xe sáng bóng và sạch sẽ.

Bố của Mark cảm ơn cậu vì đã giúp đỡ. Mark cảm thấy vui vì cậu đã làm tốt công việc.

Vocabulary List

Vietnamese Word	English Translation
Rửa xe	Wash the car
Xe	Car
Bẩn	Dirty
Trời mưa	Rain
Hào hứng	Excited
Xô nước	Bucket of water
Xà phòng	Soap
Miếng bọt biển	Sponge
Rửa cửa xe	Wash the doors
Rửa kính xe	Wash the windows
Xịt nước	Rinse with water
Vòi nước	Hose
Lau khô	Dry
Khăn	Towel
Sáng bóng	Shiny
Sạch sẽ	Clean
Hoàn thành	Finish
Giúp đỡ	Help
Cảm thấy vui	Feel happy
Làm tốt công việc	Do a good job

Questions about the Story

1. Why is the car dirty?
   a) It rained last week
   b) It was parked under a tree
   c) It was used on a muddy road

2. What does Mark use to clean the doors?
   a) A towel
   b) A sponge
   c) A brush

3. What does Mark hold while his dad dries the car?
   a) A bucket
   b) A hose
   c) A sponge

4. How does the car look when they finish?
   a) Shiny and clean
   b) Still dirty
   c) Scratched

5. How does Mark feel after washing the car?
   a) Proud and happy
   b) Tired and bored
   c) Angry and upset

Answer Key

1. a
2. b
3. b
4. a
5. a

Printed in Dunstable, United Kingdom

68841334R00040